துடிக்கும் இளமை

கலைஞர் மு. கருணாநிதி

Title: Thudikkum Ilamai

Author: M. Karunanidhi

Language: Tamil

First Published on: 1951

Year of Publication: 2024

Book Format: Paperback

*Page Size: 6inch * 9inch*

Category: Essays

Subject: Political Essays

No. of pages: 28

ISBN: 978-81-988229-0-1

Published by: Nilan Publishers, Madurai, Tamilnadu, India

பொருளடக்கம்

குறிப்புகளுக்காக

பதிப்புரை

தி.மு.க. முன்னணி எழுத்தாளர்-கலைஞர் கருணாநிதியின் எழுச்சியூட்டும் எழுத்தோவியங்களே இப் புத்தகம்.

மக்கள் அனைவரும் படித்துப் பயன்பெற மாநில மாநாட்டன்று வெளியிட்டுள்ளோம்.

இதனை வெளியிட அனுமதி தந்த தோழர் மு. கருணாநிதி அவர்களுக்கு எமது நன்றி கலந்த வணக்கம்.

பதிப்பகத்தார்—

துடிக்கும் இளமை

தலைவரே! தாய்மாரே! திராவிட மாணவ மணிகளே! வணக்கம். இந்த ஆண்டு விழாவிலே நான் பேசவேண்டியது துடிக்கும் இளமை! துடிப்பு எல்லைக் கோட்டைத் தாண்டி விடுவதும் உண்டு. அஃது என் குற்றமல்ல.

துடிக்கும் இளமை! ஆம் இளமை துடிக்கிறது. கோலநிலா வந்து கொஞ்சுகின்ற இரவில் காதலன் துடிக்கிறான். காதலி வரவில்லை. அவளுக்கு வீட்டிலே கட்டுப்பாடு அப்படி! மற்ற நாடுகளின் நிலைகண்ட அளவிலே நிலா கண்ட காதலனின் நிலை பெற்ற இளமைக்கு, திராவிட நாட்டுக் குடிமகனாக வாழவேண்டுமென்ற ஆவல் துடிக்கிறது. துடிப்பது ஆவல் மட்டுமல்ல! ஆரிய அரசு கண்டு ஆத்திரமுங்கூட, திராவிடர் நிலைகண்டு இரக்கமிருப்பினும் "இனத்திற்கு இழுக்கு விளைக்கும் இழிமகனே! ஈட்டி வருவதற்கு முன் இறந்துபோ!" என்ற எச்சரிக்கை எழுப்பும் பாசறையாக உள்ளது இளைஞர் இதயம். அமைதியோடு செயல் புரியும் ஆற்றல் இல்லையா என்று அஹிம்ஸா பிம்பங்கள் வினவலாம். கலிங்கத்தை வென்ற பிறகுதான் அசோகனுக்கு அமைதி ஏற்பட்டதாம். மதவாத மடமையை மஞ்சத்திலமர்த்தி, முதலாளிக் கொடுமையை முத்தமிட்டுக் கிடந்த ஜாரும், ரஸ்புடீனும் சாய்ந்த காரணம் சாந்த குணம் படைத்த லெனினால் அல்ல. உத்வேகத்தால் உந்தப்பட்ட ஓர் புரட்சிக்கார லெனினால்தான் அது முடிந்தது. ரஷ்யாவிலே தொழிலாளர் துயர் துடைத்தது துடிப்பின் முடிவு என்பதை யாரே மறுக்க முடியும். கடவுள்கள்கூட அஹிம்ஸையோடு நடந்து கொண்டதாகத்

தெரியவில்லை. சிவன் கையிலே சூலமும், விஷ்ணு கையிலே சக்கரமும், முருகன் கையில் வேலும், இராமன் கையில் வில்லும் இருப்பதாக எழுதப்பட்டுள்ள சித்திரங்களையாவது அஹிம்ஸா அன்பர்கள் பார்க்கட்டுமெனக் கூறி, இழந்த உரிமையைப் பெற துடிப்பு தேவைதான் என்பதை வலியுறுத்தி மேற்செல்லுதும்.

இந்தத் துடிப்பு திராவிடத்தில் ஏற்படக் காரணம் என்ன? அநீதியை அணைத்து வாழ்ந்த அரசியல், ரஷ்யாவிலே புரட்சிக்குக் காரணமாயிருந்தது. போப்பாண்டவரின் போலி வேடங்கள் மார்ட்டின் லூதரைக் கிளர்ச்சியில் இறங்க வைத்தன. கொடுமையும். குரு மார்களின் கோணல் நடத்தையும், பதினாறாவது லூயி யின் ஆட்சியும் பிரஞ்சிலே இரத்தப் புரட்சியை உண் டாக்கியது. இன்றைய திராவிடத்திலே மாணவ உள்ளங்கள் கொதிப்பேறுவதற்குக் காரணம் ஒன்றல்ல! இரண்டல்ல!! ஓராயிரமுண்டு!!!

கண்ணில்லாதவனுக்குக் காதாவது கேட்க வேண்டும். அது போகட்டுமென்றால் பேசவாவது இயல்பிருக்கவேண்டும். அதுவுமில்லையென்றால் கால் கைகளாவது சரியாக இருக்க வேண்டும். அதுவுங் கிடை யாது. இதே நிலைதான் திராவிடர் வாழ்விலும் அமைந் துள்ளது. வாழ்விலே சமத்துவமுண்டா? வள்ளுவரும், வடலூராரும், புத்தரும், சித்தரும் சமத்துவத்தைப் பரப்பியதிலிருந்தும், அதுவே நமக்குத் தேவையும் அவசியமும் அவசரமுமானதாகத் தெரிவதிலிருந்தும் சமத்துவ உணர்ச்சிக்கு சாவுமணி அடிப்பவர்களைக் கண்டு சீற்றமடையாதிருக்க முடியுமா? அரிச்சுவடிப் புத்தகத்திலே ஆரியனை அய்யர் என்றும், அல்லும்

பகலும் உழைத்து வாடும் திராவிடரை, உழவன், தட்டான், தச்சன் என்றும் எழுதப்படுகிற துணிவைக் கண்டு துள்ளுகிறான் மானமுள்ளவன்! இதைத் தடுக்க முடியுமா? சமத்துவத்தைப் பரப்பும் நோக்குடன் எத்தனை நூல்கள் திராவிடருக்கு வேதமாக்கப்பட் டுள்ளன? பிராமணனோடு சூத்திரன் உட்கார்ந்தால் சூத்திரனது பின்பாகத்தை அறுத்தெறிய வேண்டுமென்ற அறிவுரை புகலும் மனுநீதி! சம்பூகன் என்பவன் தவம் செய்ததற்காக சூத்திரன் தவமியற்றுவதா? எனச் சினந்து அவன் தலையைக் கொய்த இராமனது கருணை வரலாறான இராமாயணம்! அக்கினியில்

மூழ்கி பிராமண வடிவம் பெற்றால்தான் பறையன் ஆலயத்தில் நுழையலாமென்பதை நிலைநாட்ட பெரிய புராண நந்தனார் கதை! ஆரியக் கொள்கைகளுக்கு அடிப்படை அமைக்க ரிக், யஜுஸ், சாம, அதர்வணம் போன்ற வேதங்கள்! இவை தான் திராவிடர் மறை நூலா? இவைதான் நெறியா? ஒன்றே குலமும் ஒருவனே தேவனும் என்றே வாழ்ந்த திராவிடா! ஒழிந்துபட்டாயா என்று எண்ணும் போதுதான் இதயந் துடிக்கிறது. இந்துமதமென்ற சாக்கடை உனக்கு சட்டம் வகுப்பதா? எந்த நாட்டிலாவது இம்மாதிரி ஒருமதங் கண்டதுண்டா? கடவுள் என்றால் முப்பத்து முக்கோடி! முனிவர் என்றால் நாற்பத்தெண்ணாயிரம்! மாயா உலகமிதே என உபதேசித்து ஓயா இன்பத்தில் திளைக்கும் மகாத்மாக்கள்! இத்தனை பேர் இருந்தும் இந்நாட்டிலே உருப்படுவதற்கான துறை ஒன்றையுங் காணோமே. இந்து மதத்திலே இருபதினாயிரம் பிரிவுகள் ஏன்? விஷ்ணு லீலையை ஒருவன் எழுதினால் அதற்குப் போட்டியாக சிவன் திருவிளையாடலை ஒருவன் எழுதுகிறான். சைவவைணவப் போட்டி எவ்வளவு? பாண்டியப் பேரரசிலே இடைக்காடன் என்ற புலவன்

நாடு கடத்தப்பட்டபோது மதுரை சொக்கநாதரும் பின் தொடர்ந்தார் என்பது சைவக்கதை! பதைத்த வைணவம் பார்த்துக்கொண்டிருக்குமா? பல்லவன் ஆட்சி யிலே திருமழிசை ஆழ்வார் தேசப்பிரஷ்டம் செய்யப்பட்டபோது காஞ்சி வரதராஜப் பெருமாள் பின் சென்றார் என்று காட்டியது ஒரு புராணம்! காட்டு மிராண்டித் தனமான முறையிலே கருத்து செல்வதைக் காட்டினால் அது குற்றமா? அல்லது இளமையின் வரம்பை மீறியதாகுமா? பதினாயிர ரூபாயும், பத்துமாத காலமும் அளித்தால் ஒரு கழுதையைக் கடவுளாக்கிக் காட்ட முடியும். கர்த்தபத்தைக் கடவுளாக்குவதா என்று காடுடைய சுடல்பூசிகள் உடனே எதிர்த்து வரலாம். கழுதை கடவுளாவதா என்று உருமியபடி வராகாவ தார மகிபர்கள் வாரி சுருட்டிக்கொண்டு ஓடிவரலாம். அவர்களுக்கொன்றுரைப்பேன். சாதாரண சாயிபாபா டாலர்களில் சதிராடிய காட்சி! பாறையில் தோண்டிய கருங்கல் பரந்தாமனாகத் தோன்றிடும் விந்தை! ஆஞ்ச நேயக் குரங்கு ஆழ்வாரான அற்புதம்! கேவலம் ஒரு பறவை கருடாழ்வாரான காட்டுமிராண்டித்தனம்! மலம் தின்னும் பன்றி மகாவிஷ்ணுவாகச் சித்தரிக்கப்பட்ட புராணம்! இதையெல்லாம் கண்டும் கேட்டுமிருக்கிற பக்தகோடிகள் கழுதை கடவுளாவதில் ஆச்சரியப்பட வழியில்லை.எந்தக் கடவுளாவது பணமும், பிரசாரப் பலமும், இளித்த வாயரும், ஏமாற்றலு மில்லாமல் பரவியதுண்டா நாட்டிலே! கழுதை கடவுளாகும் இழி நிலையில் இந்நாடு இல்லை யென்று யாராவது கூறட்டுமே பார்ப்போம். நாட்டிலே கல்வி உண்டா? அல்லது அறி வைப் பெருக்கும் சாதனங்கள் உண்டா? ஆராய்ச்சிக்கு வழி உண்டா? மலங்கழிக்கும் கக்கூஸ்களிலே ஆண் பெண் படத்தைப்போட்டு அறிவுறுத்த வேண்டிய நிலையில் நாடு இருப்பதை எந்த

தேச பக்தராவது எண்ணிப் பார்த்தார்களா? கல்வி என்ற பெயரால் மக்களுக்குக் கற்பிக்கப்படுவது கம்பராமாயணமும் கந்தப் புராணமுந்தானா? இதையெல்லாங் கண்டு இந்நாட்டு இளைஞன் துடிக்க மாட்டானா? பேசும்பொழுதும் "எழுதும்பொழுதும் தமிழ் பாஷையையே உபயோகிக்க வேண்டுமென்று ஊ.வே.சாமிநாத அய்யர் எழுதியிருப்பதைக் கண்டால் உண்மையாகவே உள்ளம் நெருப்புக் குழம்பாகாதா? ஒரு ராகவ அய்யங்கார் பூதப்பாண்டியன் தேவியார், வீரத்தாய்மார் போன்ற புறநானூறுகளைத் தீட்டவும். ஒரு தமிழர் சேதுப்பிள்ளை இலங்கையின் வீழ்ச்சியும், இலங்கை அணங்குமே எழுதிக் கொண்டிருக்கவுமான நிலைகண்டு எந்த மாணவன் மனந்தான் எரிமலையாகாது? கம்ப ராமாயணத்தைக் கசக்காதே! பெரிய புராணத்தைப் பொசுக்காதே! எனக் கதறிடும் புலவர் குழாம், தமிழுக்கும், தமிழர் கலைக்கும், தமிழர் நாட்டுக்கும் இதுவரை செய்ததென்ன? சேரன் செங்குட்டுவன் கனகவிசயர் தலையிலே கல்லையேற்றினான் என்று கனல் கிளம்பப் பேசிவிட்டால் போதுமா? அவனது பரம்பரையில் வந்த தமிழன் பார்ப்பனர் தலையிலே தானத்தை ஏற்றுவதைப் புலவர்கள் காணவில்லையா? ஆரியரைப் போரிலே வென்ற அந்த செங்குட்டுவன் மாடலவறையன் என்ற ஆரியன் மகாயாகம் செய்தபோது மண்டியிட்ட வரலாற்றை எதிரிகள் நினைவூட்டினால் மானம் போகிறதே. அரசியலில் ஆரிய எதிரியாகவும், மதத்திலே அவர்களுக்கு மாமன் முறையாகவும். இருப்பதிலே பயன் என்ன என்பதுதானே துடிக்கும் இளமை தொடுக்கும் கேள்வி! உண்டா பதில் உலகாண்ட திராவிடனே!

இமயத்திலே இரு கொடி செதுக்கு. பர்மாவிலே படையைப் பிதுக்கி வீரங் கொப்பளிக்க வெற்றியோடு வாழ்ந்த திராவிடா! நீ வீழ்ந்தது ஏன்? வாளேந்திய உனது கரம் வஞ்சகர் தாளேந்துவது ஏன்? வாழ்வை வளப்படுத்தி வாகை மாலை சூடிய நீ வாழ்வை நம்பாதே என்ற வார்த்தைக்கு வயப்பட்டதேன்? ஆரியரும் அவர்கள் தாசரும் செய்த அநீதி என்ற பதில் கிடைத்த மாத்திரத்தில் பச்சிளம் இதயங்கள் குமுறாதா? பொய், காற்றடைத்த பை, நீர்க்குமிழி யார்க்கும் உதவாது என்ற வார்த்தைகளின் தாயகம் தற்காப்பில் முனைந்திருப்பது கண்டு இளமை துடிக்கிறது. வடநாட்டு வாணிபம் தனியரசு செலுத்திய திராவிடத்திலே வலிமை பெற்றது கண்டு இளமை துடிக்கிறது. பசிபசியென மக்கள் அலறிட, இதோ கொஞ்சம் புசியெனக் கூறிட வாயெழாத வள்ளல்கள் கோகில தெரிசனத்துக்காகக் கும்பாபிஷேகஞ் செய் திடுவது கண்டு இளமை துடிக்கிறது. ஆரிய ஆங்கிலேய அணைப்பு, ஆதித் தமிழரை அரசியல் பிணைப்பிலிருந்து விலக்கியது கண்டு இளமை துடிக்கிறது. இரண்டு இங்கிலாந்து-இருபத்தேழு அல்ஸ்டர்-இந்தப் பரப்பு கொண்ட இனிமைத் திராவிடம் தனித்து வாழ தடைக் கல் போடும் தருக்கர் உரைகண்டு இளமை துடிக்கிறது. இந்திய சரித்திரத்திலே, இணையின்றி வாழ்ந்த மூவேந்தர் வரலாறு தீட்டப்படாதது கண்டு இளமை துடிக்கிறது.

இந்து மத சீர்திருத்தத்தை எதிர்த்திடும் இழி செயலையும் இனப் பற்றையும் காண இளமை துடிக்கிறது. இந்தத் துடிப்பு இதுபோன்ற ஆண்டு விழாக்கள் கொண்டாடுவதோடு நின்றுவிடாது. இந்த ஆண்டு விழாக்களின் எதிரொலி திராவிடம் மீட்சிபெற்ற விழாவை - மடமை மடிந்தொழிந்த 'மே' தினத்தைக்

கொண்டாடித்தான் தீரும். நடிக்கும் நச்சுக் கொள்கையினரே! துடிக்கும் இளமை வாளைப் பிடிக்கும் காலம் வந்துவிட்டது. இடிக்கும் இதயம் வெடிக்கும் எரிமலை என்பதை நெஞ்சில் நிறுத்துக! என்ற எச்சரிக்கையோடு இளமையின் துடிப்புக்கு மடை கோலுமாறு இந் நாட்டினரை அழைக்கிறேன்!

வருக திராவிடம்!

வணக்கம்!!

ஓய்! நீல வர்ணம்! என்னிடம் காட்டாதே உன் பெருமையை! எங்கேயாவது ஆழ்வார் வர்க்கம் இருந்தால் அங்கே போய்க் காட்டும். சிருஷ்டி கர்த்தாவிடமா சிறுபிள்ளைத் தனமாக நடந்து கொள்கிறாய். சபாஷ்!"

"ஓய்! பல தலை! வீண்ஜம்பம் அடிக்காதீர். உமது பெருமையை மற்ற தலைகளிடம் சொல்லிக் களிப்படையும் வைகுண்ட வாசனிடமா வீராப்பு! வெகு நன்று!"

"ஆத்திரப்பட்டு ஆடாதே தம்பீ! நீ மோகினி உருவம் எடுத்து சிவனோடு கலவி செய்த காரணத்திற்காக உனக்கு மதிப்பு தர முடியாது!"

"மகளையே காதலித்து, கரடியைக் கூடிய மகானுபாவரே! மூடும் உமது நாலு வாய்களையும்! எனது சங்கின் முழக்கத்திலே-சக்கரத்தின் வீச்சிலே வீழ்ச்சி பெறுவாய். நினைவிருக்கட்டும்."

தேவலோகத்திலே - ஆமாம் - மனிதரினும் மேம்பட்ட முப்பத்து முக்கோடி தேவர்கள் வாழும் புண்ய பூமியிலே ஒரு சச்சரவு! யாருக்கும் யாருக்கும்? சாட்சாத் பிர்மாவுக்கும் விஷ்ணுவுக்குந்தான்! சிருஷ்டி கர்த்தாவுக்கும், ஸ்ரீயப்பதிக்கும் ஏற்பட்ட சச்சரவில் நடந்த சம்பாஷனை இது. இதன் சாரம் என்ன? யார் பெரியவர் என்பது! படைப்புத் தொழில் புரியும் பிரமன்

பெரியவனா? காத்தல் வேலை செய்யும் விஷ்ணு பெரியவனா? என்ற தர்க்கமும் முற்றுகிறது. இவர்களுடைய சண்டையில், இவர்களுடைய தனிப்பட்ட நட வடிக்கைகளின் சாயம் வெளுத்ததே தவிர தீர்ப்புக் கிடைக்கவில்லை. தேவலோகத்திலா? அதுவும் தேவாதி தேவர்களுக்குள்ளா சண்டை என்று சந்தேகம் ஏற்படலாம். தேவர் உலகத்தில் சண்டைமட்டுமல்ல வழக்குகள் பல வண்டி வண்டியாக உண்டு! அங்கு மாத்திரம் கோர்ட்டுகள் ஏற்படுத்தி விசாரணை நடத்தியிருந்தால், பரமசிவன் தாருகாவனத்து ரிஷி பத்தினிகளைக் கற்பழித்த வழக்கு, பிருந்தையை விஷ்ணு பலாத்காரம் செய்த வழக்கு, அகல்யையை இந்திரன் கற்பழித்த வழக்கு, சப்தகன்னியரை அக்கினி பகவான் சூறையாடிய வழக்கு, குரு பத்தினியை சந்திரன் கூடிய வழக்கு, எண்ணாயிரம் சமணர்களை சம்பந்தர் கழுவேற்றிய கொலை வழக்கு, இன்னோரன்ன வழக்குகள். கருவழித்த குற்றங்கள், திருட்டுக் கேசுகள் முதலியன நடைபெற்று தீர்ப்புகள் வந்திருக்கும். பூலோகத்தில் இறந்து சொர்க்கத்திற்குச் செல்லும் வக்கீல்களுக்கும் அங்கு நல்ல சான்சு கிடைத்திருக்கும்.

மேற்கண்ட வழக்குகளில் ஒன்றாகத்தான் பிரமனுக்கும் விஷ்ணுவுக்கும், "யார் பெரியவன்" என்ற வழக்கு ஆரம்பமாயிற்று! இதைத் தீர்த்து வைக்க சிவனார் வந்து சேர்கிறார். வழக்கை விசாரிக்கிறார். தீர்ப்பு கூறுவது சங்கடமாகி விடுகிறது. உடனே ஆகாய மளாவ ஜோதியாகக் கிளம்புகிறார். அந்த ஜோதியின் முடியை ஒருவரும், அடியை ஒருவரும் கண்டு திரும்ப வேண்டும். யார் முதலில் திரும்புகிறாரோ அவரே, பெரியவர் என்று சிவனார் முடிவு கூறிவிடுகிறார். முடியை நோக்கி பிரமா அன்னப்பறவை உருவில் பறந்தார். பன்றி உருவமெடுத்து

அடியைக்காண பரந்தாமன் பாதாளத்தைக் குடைய ஆரமபித்தார். இருவரும் வெற்றியை அணுக முடியவில்லை. மேலே பறந்து கொண்டிருக்கும் பிரமாவுக்கு எதிரில் ஒரு தாழம்பூ மேலே இருந்து கீழே வந்துகொண்டு இருந்தது. ஓ! தாழம்பூவே எங்கிருந்து வருகிறாய்" என்றார் பிரம்மா. சிவபெருமானின் சடாமுடியிலிருந்து வருகிறேன்", என்றது தாழம்பூ!

"நான் சிவனின் முடியைத் தேடிப்போகிறேன். என்னால் அதைக் கண்டு பிடிக்க முடியவில்லை. நான் அவரது முடியைக் கண்டுவிட்டதாக ஒரு பொய்சாட்சி சொல்லுகிறாயா" என்று கெஞ்சினார் பிர்மா?

பொய் சாட்சி சொல்லத் தாழம்பூ ஒத்துக்கொண் டது. அதன்படி சிவனிடம் சென்று நான் முடியைக் கண்டுவிட்டேன் என்று பிரமா கூறினார். அதற்குத் தாழம்பூ, ஆம் நானும் பார்த்தேன் என்று சாட்சியம் கூறிற்று.

பாதாளத்தை நோக்கிப் பன்றி உருவிற் சென்ற விஷ்ணு நாரத முனிவரை சந்தித்துத் தன் முயற்சியில் வெற்றியடைய முடியாது என்பதைத் தெரிந்து கொண்டு தோல்வியோடு திரும்பினார். பரம சிவன், பிரமாவும் தாழம்பூவும் பொய் கூறியதைக் கண்டுபிடித்து அவர்களுக்கு சாபம் அளித்தார். இதி லிருந்து பிரமா, விஷ்ணுக்களின் கர்வம் அடங்கியதோடு, சிவனே யாவரிலும் பெரியவர் என்ற தீர்ப்பும் கூறப்பட்டது. சண்டையிட்டவர் வெட்கித் தலைகுனிந்தனர்.

இது அருணாசல புராணம். தீப ஒளித்திருவிழா நடக்கப்போகிற திருவண்ணாமலை ஸ்தலத்தின் திருப் புராணத்தில் காணப்படும் ஆபாசங்களில் இதுவும் ஒன்று! அண்ணாமலையில் நடக்கும் கார்த்திகை தீபத்திற்குப் பலப்பலஐதீகங்கள் உண்டு! சிவன் சில அசுரர்களை நெற்றிக் கண்ணால் எரித்துவிட்டதாகவும் அதுவே சொக்கப்பானைத் திருநாள் என்றும் ஒரு புராணம் கூறு கிறது. மற்றொரு புராணத்தில் அக்கினிதேவன், சப்த கன்னியரைக் காமுற்றதாகவும் கண்ட அவன் மனைவி சுவாகா தேவி அருந்ததி கற்புடையவளானதால் அவள் உருவத்தைத் தவிர மற்ற ஆறு கன்னிகைகளின் உருவத்தை எடுத்து அக்கினி பகவானின் ஆசையைத் தீர்த்ததாகவும், அந்த ஆறு உருவங்களும் கார்த்திகைப் பெண்களாகி அவர்கள் முருகனுக்குப் பாலூட்டியதால் முருகனுக்கு கார்த்திகேயன் என்ற பெயர் ஏற்பட்டதா கவும், பிறகு அந்தப் பெண்கள் கார்த்திகை நட்சத்திரங்களாக மாறியதாகவும் அதுவே கார்த்திகை விரதத்திற்குக் காரண மென்றும் மற்றொரு புராணம் சொல்லு கிறது. மாபலி சக்கரவர்த்தி பற்றிய மற்றொரு புராண மும் உண்டு!

இம்மாதிரியே, இந்த நாட்டில் நடைபெறும் பண்டிகைகளுக்கும், உற்சவங்களுக்கும் ஆயிரக்கணக்கான ஒன்றுக்கொன்று முரண்பட்ட கதைகள் எழுதப்பட்டிருக்கின்றன. அந்தக் கதைகளில் யாராவது ஒரு அசுரன் கொல்லப்பட்ட செய்தியும், அல்லது தேவர்களுக்குள் நடந்த அற்பத்தனமான, ஆபாசமான தகராறும் அதுவு மில்லையானால் ஒரு வஞ்சகத்தையும், விபச்சாரத்தையும் வளர்க்கும் புராணமும் காணப்படுமேயல்லாது, சிறிதாவது அறிவுக்குப் பொருத்தமான, ஒழுக்கமான நிகழ்ச்சிகளைக்

காணமுடியாது. இவைகளை சிந்தித்துப் பார்க்க இந்த நாட்டு மக்களுக்கு நேரமோ, நினைப்போ இருப்பதில்லை. எதையெடுத்தாலும் முன்னோர்கள் வார்த்தை என்ற முலாம் பூசப்பட்டு பழக்கவழக்கம் என்ற பசப்பு மொழி பேசப்படுகிறதே தவிர மனிதராக வாழ முயற்சிப்பதே கிடையாது!

இம்மாதிரி ஆபாசக் கதைகளின் பேரால் மாதத்திற்கொரு பண்டிகை! மாதத்திற்கொரு உற்சவத் திருநாள்! அதற்காக பல ஆபாச ஆட்டங்கள்! ஆடம்பரமான செலவுகள்! கண்டவர் சிரிக்கும் காட்டு மிராண்டி நடவடிக்கைகள்! இவைகள் தான். ஞானத்தில் சிறந்து சுதந்திர தாகமெடுத்து சுயராஜ்யத்திற்கு ஏன்? பொது உடமைக்கும் தயாரான சூரர்கள் வாழ்வதாகச் சொல்லப்படும் இந்த நாட்டிலே நடைபெறுகின்றன!

பாட்டாளி மக்களின் பச்சைக் குழந்தைகளின் வறண்ட தலைக்கு ஒரு துளி எண்ணெய் கிடையாது. திருவண்ணாமலைத் தீபத்திற்று ஆயிரக்கணக்கான நெய் டின்கள் உடைக்கப்படுகின்றன. மானத்தைக் காப்பாற்றிக் கொள்ள இந்த நாட்டு மாதர்களுக்கு ஒருமுழத் துணி கிடைப்பது கஷ்டமாயிருக்கிறது. ஆனால் அண்ணாமலை தீபத்திற்குப் பீஸ் பீஸாகத் துணிகள் கொளுத்தப்படுகின்றன. பசித்த மக்களுக்கு ஒரு பிடி சோறு கிடையாது. ஆனால் அந்தப் பரமபிதாவுக்கு அன்னாபிஷேகம் நடைபெறுகிறது. இங்கு வறுமையால் வாடும் மக்களுடைய வயிறு எரிகிறது. அங்கு, அண்ணாமலையில் ஆடம்பரத்தோடு அறியாமை நெருப்பு எரிகிறது. அதற்கு நெய் வார்க்கப்படுகிறது. அந்தோ! கொடுமை! கொடுமை!

திராவிட மக்களுடைய உணர்வுக் கழனியிலே அறியாமையை நீராகப் பாய்ச்சி, மூடப் புராணீகப் பழக்க வழக்கங்களை பயிராக வளர்த்து, அவ்வப்போது முளைக்கும் ஆராய்ச்சிகளைக் "களை" என்று கழறி, பயமெனும் அரிவாளால் களைந்து தங்கள் சுயநலத்துக்கேற்ற வசதிகளை விளைவாகப் பெற்று பிழைப்பை அறுவடை செய்து பார்ப்பனரும், பணக்காரரும். படித்தவரும் வாழ்கின்றனர். இவர்களுடைய ஒப்பந்தம் முறிந்து கூட்டுச் சுரண்டல் முறை ஒழியவேண்டு மானால் திராவிடர் தன்மானம் பெறவேண்டும். திருவண்ணாமலை தீபங்கள் அணைக்கப்படவேண்டும். அதுவன்றி "அண்ணாமலைக்கு அரோகரா!" போட்டுக் கொண்டே யிருந்தால் பழைய கற்காலத்தை நோக்கிக் கட்டை வண்டிப் பிரயாணத்தை கட்டுசாத மூட்டை யோடு ஆரம்பிக்க வேண்டியது தான்! உணர்வார்களா திராவிடர்கள்? உணர்ந்து ஆவன செய்வார்களா?

பூம்புகார்

கம்பராமாயணம் மட்டுமே கவிதைத் தேனாறு கம்பன் ஒருவன்தான் கவிச்சக்கரவர்த்தி என்றெல்லாம் பேசப்பட்ட நிலைமை கரைய ஆரம்பித்திருக்கிறது இப்போது. கம்பனுக்கு மட்டுமே மாலை அணிவித்து மகிழ்ந்தவர்கள் இளங்கோவடிகளுக்கும் மதிப்பு தர முன்வந்திருக்கிறார்கள். கம்பன் மகாநாடுதான் கவிதை மகாநாடு என்று கருதிக்கிடந்தவர்கள் சிலப்பதிகார மகாநாடு நடத்துகிற அளவுக்கு பெருநோக்கம் பெற் றிருக்கிறார்கள்.

திராவிடத்திலே அரசியலில் மட்டுமின்றி, சமுதாயத்தில் மட்டுமின்றி, இலக்கியத் துறையிலும் புரட்சி செய்தவர்கள் அறிவியக்கத்தாராகிய நாம் என்பதை யாரும் மறுக்க முடியாது--கம்பனுக்குக் கோயில் கட்டி அவனைக் கடவுளாக வணங்குகிற அளவுக்கு முதிர்ந்து போன மூட நம்பிக்கையை நமது கம்பராமாயண எதிர்ப்புக் கருத்துக்கள் முறியடித்தன. கம்பனை நாம் குறை கூறிய நேரத்திலே நம்மீது வீசப்பட்ட கணைகள். கொஞ்சமல்ல, கொடுஞ் சொற்களால் அர்ச் சிக்கப்பட்டோம். கலையுணர்ச்சி யில்லாதவர்கள் என்று பேசப்பட்டோம். "செவிச்சுவையுணரா வாயுணர்வின் மாக்கள்" என்று சுடு சொல்லால் தாக்கப் பட்டோம். ஆயினும் வெற்றி நமக்குத்தான் கிடைத்தது. நம் நோக்கம் கம்பராமாயண நூலே நாட்டில் கிடைக்க முடியாமல் செய்துவிட வேண்டுமென்பதல்ல. கம்பன் செய்த தவறை நாட்டிலே எல்லோரும் அறிந்துகொள்ள வேண்டுமென்பதுதான் நம் குறிக்கோள். கம்பராமாயணம் திராவிடரை அரக்கர்கள் குரங்குகள்

என்று சித்தரிக்கும் சிலந்திக்கூடு. ஆகவே அதை வெறுக்கவேண்டு மென்கிறோம். அடிப்படையான வெறுப்பே அதுதான். ஆரிய ராமனை கம்பன் கடவுள் என்று கூறிவைத்தான்.

அந்தக் கயமைத் தனத்தைக் கண்டித்தோம். அப்படிப்பட்ட ஒரு நூல் திராவிடரின் பூஜைக் குரியதாயிருப்பது தன்மானமற்ற செயல் என்று விளக்கினோம்.

காலத்துக்கேற்றவாறு கம்பராமாயணத்திலே உள்ள கருத்துக்களை அனுமதிக்கத்தான் வேண்டுமென்றார்கள் கம்பதாசர்கள்! நாமோ அவைகளை ஆட்சேபிக்கவில்லை. ஒரு இனத்தையே இழிவுபடுத்தும் முறையில் கம்பன் திராவிடரைக் காட்டிக்கொடுத்திருக்கிறான் என்பதே நம்முடைய தலையாய குற்றச்சாட்டு, அதைத்தான் எதிர்த்துப் போராடினர் புலவர் பலர். அந்த நேரத்திலே கூட நாம் கூறினோம் நாங்கள் இலக்கிய விரோதிகளல்ல, சிலப்பதிகாரம் போன்ற நூல்கள் அக்காலக் கருத்துக்கள் பல கொண்டனவாயினும் திராவிடரை இழித்துப் பேசவில்லை என்பதோடு திராவிடரை உயர்த் திக் காட்டியிருக்கின்றன அவைகளை நாங்கள் வெறுப்பதில்லை என்று விளக்கியிருக்கிறோம். சிலப்பதிகாரம் போன்ற தமிழரின் செல்வங்கள் புதைபட்டுக் கிடக்கும் போது தமிழனை அரக்கனெனக் கூறும் கம்பராமாயணத்துக்கேன் விழா நடத்துகிறார்கள் வீணர்கள் என்று வினவியதுண்டு. நாம் அப்படி வினவியது சிலப்பதிகாரத்தின் மீது நமக்கேற்பட்ட பக்தியல்ல. பகவத் உணர்ச்சியுமல்ல. அல்லது அதிலே காணப்படும் அளவுக்கு மீறிய கற்பனைச் செய்திகளல்ல.

தமிழர்களுடைய வாழ்க்கை முறை சிலப்பதிகார காலத்தில் எப்படியிருந்தது என்பதை விளக்கும் நூலாக சிலப்பதிகாரம் அமைந்திருக்கிறது என்பதற்காகவும், வடநாட்டாரின் முடிநெறித்த திராவிட வீரர்களின் சிறப்பு காணப்படுகிறது அதிலே என்கிற காரணத்தாலும் நீதிக்காக வாழ்ந்த திராவிட மன்னர்களின் பெருமை கூறப்படுகிறது அதிலே என்கிற ஆர்வத்தாலும் கண்ணகியென் கிற பாத்திரம் கற்பனைக்கெட்டாத செயல்களை செய்தாள் என்பதை நம்பாவிட்டாலும் அக்காலப் பெண் மணிகளின் துணிவு சித்தரிக்கப்பட்டுள்ள தன்மையை அறிந்துகொள்கிற வாய்ப்பு அதிலே இருப்பதாலும், சேர, சோழ, பாண்டியர் மூவருடைய ஆட்சிபற்றிய விபரங்கள் தெரிந்துகொள்ளும் அரிய நூல் அது என்பதாலும் சிலப்பதிகாரத்தை நாம் ஆதரிக்கிறோமே தவிர வேறில்லை.

திருக்குறளை ஏன் போற்றுகிறோம். தெய்வப் புலவர் திருவள்ளுவர் என்பதற்காகவா? இல்லை; அக்காலத் தமிழகத்தைப் பற்றிய நல்லதொரு படப்பிடிப்பு திருக்குறள் என்பதாலும் திராவிடர் நீதி முறைகள் குறிக்கப்பட் டிருப்பதாலுமே குறளுக்கு விழா எடுக்கிறோம். குறைகளே யில்லாதது அல்ல குறள். அந்தக் குறைகள் அக்காலத்தில் எழுதப்பட்ட நூல் என்கிற ஒரே காரணத்தில் அடிபட்டுப் போகின்றன. வரப்போகும் காலங்களிலே இன்றைக்கு எழுதப்படுகிற புரட்சிக் கருத்துக்கள் கூட பழமையென்று கூறப்படலாம்.

பொதுவாக குறள், சிலப்பதிகாரம் போன்ற நூல்களிலே திராவிடரின் பெருமை ஒளிவிடுகிறது; ஆகவே

பாராட்டுகிறோம்; கம்பன் திராவிடரை இழி மக்களாய் ஆக்கிவைத்தான்; ஆகவே எதிர்த்தோம்.

நம்முடைய பேச்சுக்களுக்கு சக்தி உண்டு என்ப தைத்தான் கம்பனையே கட்டியணைத்திருந்தவர்கள் சிலப்பதிகாரத்துக்கும் மாநாடு நடத்த முன் வந்திருப்பது காட்டுகிறது.

ஆனால் ஒன்று கம்பனைப்போல ஆக்கி விடக் கூடாது, இளங்கோவடிகளை! காவிரிப்பூம்பட்டினத்திலே கூடிய மகாநாட்டில் இந்திர விழா கொண்டாடும் படியாக உபதேசம் செய்திருக்கிறார் ஆர்.கே. சண் முகனார்! அந்த மூட நம்பிக்கைகளை வளர்ப்பதற்காக இருக்கக் கூடாது சிலப்பதிகார மகாநாடு.

"கொங்கணர் கலிங்கர் கொடுங் கருநாடர்
பங்களர் கங்கர் பல்வேற் கட்டியர்
வடவாரியரோடு வண்டமிழ் மயக்கத்துன்
கடமலை வேட்டமென் கட்புலம்பிரி
யாது கங்கைப் பேரியாற்றுக் கடும்புனனீத்தம்
எங்கோ மகளை யாட்டிய வந்நாள்
ஆரிய மன்ன ரீரைஞ்ஞூற் றுவர்க்கு ஒரு நீயாகிய
செருவெங்கண் விழித் துக் கண்டது கடுங்கட் கூற்றம்"

என்பன போன்ற செய்யுட்களை விளக்கி திராவிடரின் பண்டைய வீரத்தை -நீதியை- நினைவுபடுத்துவதற்கு பயன்படவேண்டும். பூம்புகாரில் கூடி மாநாடு நடத்தியவர்கள் மட்டுமே சிலப்பதிகாரத்துக்கு உரியவர்களல்ல. சிலப்பதிகார மாநாட்டைப்பற்றி

அவர்களைச் சிந்திக்கத் தூண்டியதே நாம்தான். பூம்புகார் மாநாடு பூரிப்பு தருகிறது என்றாலும் சண்முகம் போன் றவர்கள் 'இந்திர விழா' போன்ற புது மூடத்தனங்களை வளர்த்து விடக்கூடாதே என்று அஞ்சுகிறோம்.

வெற்றி விளக்கு!

நச்சுக் கோப்பையைக் கையிலே ஏந்தி - நெஞ்சிலே வீரத்தை யேந்தி-மொழியிலே கொள்கையை ஏந்தி- உயிர் விட்டிருக்கிறார்கள். நெருப்பிலே தள்ளப்பட்ட போதும் உடலைச் சாம்பலாக்க முடிந்ததே தவிர அவர்களின் உயர்ந்த லட்சியத்தைப் பொசுக்க முடியவில்லை. துப்பாக்கியிலிருந்து குண்டுகள் புறப்பட்டு அவர்கள் மார்பைத் துளைத்திருக்கின்றன. அப்போதும் கொள்கையிலே ஓட்டை ஏற்படவில்லை. அலைந்து திரிந்திருக்கிறார்கள், ஆதரிக்க யாருமில்லாது விரட்டப்பட் டிருக் கிறார்கள்.

வசைமாரிகளைத் தாங்கியிருக்கிறார்கள். மக்களின் முன்பு பைத்தியக்காரர்களாக மதிக்கப்பட்டிருக்கிறார்கள். காணத்தகாதவர்களாக-காதகர்களாக-கயவர்களாக நடத்தப்பட் டிருக்கிறார்கள். ஏச்சு ஒரு புறம்- ஏளனம் ஒருபுறம்-இப்படி மாறி மாறி எதிர்ப்பு அம்புகள் ஏவப்பட்டிருக்கின்றன. இவ்வளவையும் சமாளித் திருக்கிறார்களே தவிர சாய்ந்து போனது கிடையாது.

சுயநலம் அவர்கள் வாழ்வில் சுற்றிக் கிடந்தது கிடையாது. சொந்த விஷயம் அவர்கள் கொள்கையை சுக்கு நூறாக்கியது கிடையாது. குடும்பம் அவர்கள் பாதைக்கு இடையூறு விளைத்தது கிடையாது. கோலாகலத்தை விரும்பியது கிடையாது. சாக அடிக்கப்பட்டார்கள். ஆனால் அவர்கள் சாகவில்லை. அதற்கு மாறாக புது உடம்பு பெற்றார்கள். புகழ் உடம்பு பெற்றார்கள். நெருப்பு அவர்கள் சரீரத்தின் மீது தாவியது, சதையைக்

கருக்கியது. எலும்பை உருக்கியது. ஆனால் அவர்கள் கொள்கைகள் தணலிலே வெந்த தங்கமாயின.

ஏன், இத்தனை கஷ்டமடைந்தார்கள்... அவதியை வலுவிலே ஏன் அணைத்துக் கொண்டார்கள்....தாங்கள் மன்னர்களாகவா? அல்லது மடத் தலைவர்களாகவா? மாணிக்க ஊஞ்சலிலே மரகதக் கட்டிலிலே - மயில் - ஆசனத்திலே - மந்தகாசர்களாய் அமர்ந்து மகிழ்ச்சிக் கூத்து ஆடவா? அப்படி நினைத்திருந்தால் அவர்கள் கையிலே சிலுவையோ- விபூதியோ - அல்லவா காட்சியளித்திருக்கும். அவர்கள் கரங்களில் இருந்தது அறிவு நூல்கள் தானே! அந்தஸ்தை விரும்பியிருந்தால் ஆண்டவன்- ஆண்டவனின் கதை-ஆண்டவனின் அற்புதம்- இப்படி யல்லவா காலக்ஷேபம் நடத்தியிருப்பார்கள். அவர்கள் விரும்பியது; மதத்தை மண்ணாக்கி, மடத்தனத்தை அழித்து, மக்கள் சமுதாயத்தைப் புதுமைச் சோலையாக்க வேண்டுமென்பதுதான். தாங்கள் அடியெடுத்து வைக்கும் புரட்சிப் பாதை பயங்கரம் நிறைந் தது என்பது அவர்கட்குத் தெரியும். தெரிந்தும் தைரி யமாகக் கிளம்பினார்கள். தாங்கள் அழிக்கப்பட்டாலும் தங்கள் கொள்கைகள் அழிக்கப்பட முடியாத நிலையை அடைந்தார்கள்.

நம் நாட்டிலே மட்டுமல்ல- நானில மெங்கணுமே ஆயிரக் கணக்கான வருடங்களுக்கு முன்பிருந்தே நாகரிகம் அரும்பக்கூட முடியாத நிலைமை இருந்திருக்கிறது. மேல் நாடுகளிலே இருந்த மத நம்பிக்கை நம்மைவிட மட்டமானது. அங்கேயிருந்த கடவுள்கள் நமக்கிருப்பதைவிட தொகையிலே அதிகமானவர்கள். அங்கேயிருந்த குருக்கள் - நம்மை

ஆட்டிப் படைக்கும் குருக்கள் மார்களைவிடக் கொடுமை நிறைந்தவர்கள்.

அவர்கள் எல்லாம் இப்போது எங்கே? சீர்திருத்தம் முளை விட்டது. சிரித்துக் கிடந்த மூடநம்பிக்கைகள் மூலையில் போய் முக்காடிட்டு அமர்ந்தன. சீர்திருத்தவாதிகள் செத்து மடிந்தார்கள். சீர்திருத்தம் சீரழியவில்லை. செங்கோல் பிடித்தது. மேல் நாட்டிலே யிருந்த கடவுளின் சிலைகள் கண்காட்சிச் சாலைக்குப் போய்விட்டன. நம் நாட்டிலோ ஆற்றங்கரை கணபதி அப்படியே தானிருக்கிறார். அறியாமைக்கு நீர் ஊற்றி வளர்க்கப்படுகிறது. அதையும் அரசாங்கமே முன்வந்து செய்கிறது. சுக்கல் சுக்கலாகப் போன சோமநாதபுரம் கடவுளை இப்போது தூக்கி மனையில் வைத்து மகிழ்கிறது நமது அரசாங்சம்.

அது மட்டுமா? வேப்பிலைகட் டிய சாமியார் வருகிறார். தில்லையிலே நிர்வாண சாமியார் திரிகிறார். ஐயப்பன் கோயிலிலே பாம்பு அவதாரத்தில் பகவான் வந்தார். ரமணர் செத்தார், வால் நட்சத்திரம் புறப்பட்டது, பாண்டுரங்கனைத் தூக்கினார்கள் வரமாட்டேன் என்று சொல்லி விட்டார். இந்த வருடம் தேர்தல் நடக்காது என்று அகில இந்திய அற்புத ஜோசியர் கூறிவிட்டார். இப்படி யெல்லாம் செய்திகள் வருகின் றன. அநேகமாக பத்திரிகைகள் எல்லாம் பஞ்சாங்கமாகி விட்டன. சரிந்துபோன சமுதாயத்துக்கு இன் னும் ஆழமாகச் சவக்குழி தோண்ட முயற்சி நடக் கிறது இங்கே.

அந்த முயற்சியை முறியடித்து முதுமையேறிப் போன மூடக் கொள்கைகளை வேரோடு சாய்த்துப் புது வழி காணத்தான் அறிவியங்கம் பணியாற்றி வருகிறது.

அந்தப் பணியிலே ஒரு பகுதிதான் மே 20-ம் நாள் திண்டிவனத்திலே நடைபெறும் சமூக சீர்திருத்த மாநாடு. பல ஆண்டுகளாகப் படாத பாடுபட்டு பகுத்தறிவுப் பணி புரிந்து வருகிற நமக்கு திண்டிவனம் மாநாடு ஒரு வெற்றி விளக்கு. நம் லட்சியப் பாதையிலே முன்னேறுகிறோம்; ஒரு குறிப்பிட்ட இடத்துக்கு வருகிறோம் என்பதை நமக்கு அறிவுறுத்தும் அடை யாளவிளக்கு. இருள் நிறைந்த வழியிலே நடக்கிறோம்.

நாம் எவ்வளவு தூரம் நடந்து வந்துவிட்டோம் என்பதைக் காட்டுகிறது திண்டிவனத்திலே ஏற்றப்படும் தீபம்! இன்னும் நடக்க வேண்டிய தூரம் ஏராளமாக இருக்கிறது. ஆனால் அந்தப் பாதையிலே இருள் இல்லை. விளக்குகள் வரிசையாக ஏற்றப்பட்டு விட் டன, அந்த வெற்றிச் செய்தியைத்தான் திண்டிவனம் தித்திக்கும் தீந்தமிழிலே விளக்கப்போகிறது.

★★★

9 788198 82290